Hiền Hapu

XA Thương
gần để Yêu

Nhật ký ngày đoàn tụ

XA ĐỂ THƯƠNG, GẦN ĐỂ YÊU

Hiền Hapu

Nhật ký ngày đoàn tụ

Tập 1: Trên đất Nhật

v20042025v12

Mục lục

Khởi đầu khó khăn

Đó là một buổi tối đầu tháng 11 năm 2023 khi cả nhà tôi đang quây quần bên mâm cơm, một bữa tối ấm áp, nhẹ nhàng với những món chay thanh đạm ngon lành do tôi nấu. Bữa cơm ấy sẽ thật hoàn hảo nếu như tôi không nói ra ý định sẽ cho con gái sang Nhật cùng khi tôi gia hạn bằng lái xe vào đầu năm mới. Tôi rất muốn con gái sang thăm bố vì hai bố con đã không được ở bên nhau gần một năm rồi, khoảng thời gian dài đằng đẵng khiến tôi đau lòng. Tôi muốn gia đình nhỏ của mình được đoàn tụ ở bên cạnh nhau dù chỉ trong hai tuần ngắn ngủi.

"Để nó ở nhà." Bố tôi buông đũa xuống và khuôn mặt đang vui của ông bỗng chốc chuyển sang vẻ cau có khó chịu. "Nó còn bé mà tha lôi đi đâu?"

Mẹ tôi không nói gì, quay sang nhìn bố với vẻ đồng tình. Con gái tôi đã ăn xong và đang nghịch ngợm, nó chạy lăng xăng từ bàn uống nước sang chiếu, sà xuống ngồi vào lòng ông ngoại.

Tôi tự nhủ. Không được, mình nhất định phải cho con đi cùng. Gia đình mình sum vầy cùng nhau. Nếu không mình sẽ không đi đâu hết. Hoặc là cả hai mẹ con, hoặc là không có ai.

"Mẹ Hiền đúng là hâm hấp." Bố tôi tiếp tục, nói xong ông cúi xuống thỏ thẻ và nhỏ nhẹ nói với cô cháu gái diệu, "Sang đấy thì bố An cũng đi làm suốt ngày mà. Mẹ cứ đi, còn An ở nhà với ông bà, nhỉ?"

Con bé cười toe toét mỗi khi ông hỏi chuyện.

Mặt tôi bừng nóng, hai tai phừng phừng khi nghe đến từ "hâm hấp". Bình thường gặp phải tình huống này tôi sẽ bật lại tanh tách như tôm tươi để bác bỏ ý kiến của bố, nhưng trong tình huống này tôi thấy làm như thế là không ổn nên tôi quyết định giữ im lặng. Tôi mặc kệ, chỉ cần gia đình được ở cạnh nhau thì tôi có cám hấp hay gàn dở cũng chẳng sao.

Tôi bàn chuyện quan trọng này với chồng. Tình hình còn tệ hơn khi anh nói không muốn cho con sang vì tháng một là khoảng thời gian lạnh nhất trong năm, mà con còn nhỏ quá.

Từng lời anh nói như những nhát dao cứa vào tim. Nghe xong tôi thấy trong lòng nhói nhói và se sắt. Tôi cảm thấy cơn tức dâng đến nghẹn ở cổ họng, xì khói qua hai lỗ mũi và hai tai. Sao lại tai ngược thế nhỉ? Mong ước gia đình đoàn tụ của tôi là không chính đáng? Tại sao hai bố con cứ phải cách xa nhau đằng đẵng từ năm này qua năm khác? Không lẽ tôi muốn hai bố con được ở bên nhau cũng phải đấu tranh chống lại sự phản đối của cả gia đình?

Đến lúc căng quá tôi chỉ hỏi anh đúng một câu: "Thời gian đó không sang thì biết bao giờ em bé mới gặp được bố?" Rồi cuộc trò chuyện giữa tôi với chồng kết thúc và tôi không nói gì thêm nữa.

Tút tút tút tút.

Tiếng cúp máy điện thoại giống như những dấu ba chấm bỏ lửng tại đấy. Những ngày sau đó, mỗi khi trò chuyện qua điện thoại, tôi không nhắc lại chuyện này nữa và tỏ vẻ tửng từng tưng thản nhiên đến đáng sợ. Mặc dù bên ngoài lạnh lùng gai góc là thế, nhưng trong lòng tôi cảm thấy khó chịu vô cùng. Cảm giác buồn giận, tủi hờn cứ xâm lấn, bóp nghẹt, nó kéo tôi vào những suy nghĩ miên man. Hình ảnh con tìm mẹ khóc mếu máo tìm mẹ mỗi tối khiến trái tim tôi thắt lại, nước mắt từ đâu tuôn ra như mưa. Tôi biết con mình thiệt thòi vì phải xa bố từ lúc chưa chào đời nên luôn cố gắng bù đắp tình cảm cho con bé. Từ lúc con chào đời đến giờ mẹ con tôi vẫn luôn sớm tối đồng hành cùng nhau, dù ở nhà ngoại hay nội. Nhưng thú thật tôi thấy nỗ lực của mình như muối bỏ bể, bao nhiêu cũng không đủ, giống như bạn không thể vỗ tay khi chỉ có một tay.

Mỗi khi nhìn sang nhà em trai bốn người ríu rít, bé cháu gái bằng tuổi con tôi được bố ôm ấp cưng chiều mỗi ngày, tôi lại chạnh lòng và thương con khôn xiết.

Đêm hôm đó khi con đã ngủ say, hai mắt tôi mở thao láo không ngủ được vì trong đầu tôi xảy ra cuộc chiến sôi sục, những tranh cãi kéo dài bất tận khiến tôi mất ngủ triền miên, đầu óc lúc nào cũng căng ra như dây đàn. Tôi cảm thấy chán nản, bất lực đến tột độ.

Một tiếng nói đồng ý với bố tôi vang lên: *ông phản đối cũng là vì lo lắng cho cháu thôi. Nhỡ đi lại xảy ra việc gì thì sao? Thường khi ở nhà thì chẳng sao mà lỡ đi sang đấy con bé ốm ra đấy, tiếng Nhật mình lại ngu nga ngu ngơ, cho đi khám bác sĩ biết nói thế nào? Hiền còn nhớ vụ đi chơi biển Hải Tiến - Thanh Hóa lúc con bé mới được 8 tháng không? Đi chơi được ba hôm về cả lũ ba đứa đi gặp bác sĩ, uống một đống kháng sinh cả tuần liền, khiến bà ngoại càm ràm cả tháng trời, nghe nhức hết tai, buốt hết đầu. Đúng là một tiền gà ba tiền thóc mà! Lần này còn đi xa gấp mấy chục lần...*

Một giọng phản đối: *Trẻ con đứa nào chẳng thi thoảng ốm sốt chứ? Tại sao cả nhà đều không muốn cho con đi cùng mình? Tất nhiên mọi người đều thương con bé còn nhỏ mà phải đi xa, nhưng sao họ không nghĩ đến việc con bé đã phải xa bố từ lúc chưa lọt lòng? Sao họ không thấy nó đang bị thiệt thòi về tình cảm? Để con ở nhà thì khoảng cách tình cảm giữa hai bố con đã xa lại càng thêm xa...*

Hai dòng suy nghĩ ấy cứ tuôn ra ào ạt như thác đổ, đầu tôi căng ra muốn nổ tung, nước mắt giàn giụa, nước mũi sụt sùi.

Bất chợt một ý nghĩ lóe lên: *Nếu chồng không bảo lãnh thì mình hoàn toàn có thể nhờ bên công ty du lịch mua vé máy bay và bảo lãnh con bé qua đó theo diện visa du lịch cũng được nhỉ? Nhiều người vẫn đi du lịch qua Nhật được mà. Cách này cũng hợp lý đấy! Để mai dậy mình tìm kiếm thông tin xem thế nào?*

Những suy nghĩ ấy kéo tôi vào giấc ngủ chập chờn.

Hôm sau tôi lục tìm thông tin trên các website và phát hoảng khi nhìn số tiền trên đó tôi phát hoảng toàn 40 đến 50 triệu đồng cho 3 ngày 4 đêm. Mắt tôi căng ra, đầu óc choáng váng khi nhìn thấy mấy con số ấy. Cũng may tôi đang ngồi trên ghế chứ nếu lúc đó đang đứng chắc tôi ngã quỵ mất.

Thôi, thế là hết sạch hy vọng rồi. Mọi thứ trong tôi vụn vỡ, tan tác như bong bóng sau mưa. Có lẽ tôi phải chôn vùi mong muốn gia đình được đoàn tụ thật sâu trong tim và an phận với việc xa thêm xa này thôi.

Mặc kệ những nghịch cảnh đang trêu ngươi, thử thách bủa vây và tìm mọi cách bóp nghẹt tinh thần. Tôi vẫn ngày ngóng đêm mong về một ngày nào đó 3 người chúng tôi sẽ được ở bên nhau. Tôi luôn tin tưởng và hình dung về ngày đoàn viên đang ở rất gần. Để điều ấy có thể xảy ra, tôi phải chuẩn bị sẵn sàng mọi thứ cần thiết. Trước tiên là phải làm hộ chiếu cho con, có hộ chiếu rồi mới tính đến các bước tiếp theo được.

Sau một khoảng thời gian suy nghĩ chồng tôi đã nhắn tin lại: “để bố nghiên cứu lại nhé.”

Nhận được tin nhắn này của chồng tôi đã thấy có chút xíu hy vọng về ngày đoàn viên, dẫu nó vẫn còn mờ mờ, chưa rõ nét, bằng hành động quyết liệt tôi sẽ biến điều tôi hằng mong muốn thành sự thật.

Việc quan trọng nhất tôi phải hoàn thành lúc này là đi làm hộ chiếu cho con.

Hộ chiếu tím lịm tim

Mặc kệ những lời phản đối cứ thủ thỉ, thầm thì bên tai, tôi cứ làm việc cần thiết và quan trọng nhất lúc này: làm hộ chiếu cho con ngay ngày 7 tháng 11 năm 2023.

Tôi đã tìm hiểu rất kỹ các bước làm hộ chiếu cho trẻ em dưới 14 tuổi và làm các thủ tục cần thiết như: điền thông tin trên website, đặt lịch hẹn, tải xuống file đăng ký có mã vạch sau đó chạy lên lên công an xã xin xác nhận trước khi vào công an tỉnh làm thủ tục.

Chiều hôm đó đón chờ tôi ở bàn đá ngoài sân trước văn phòng công an xã là một chàng trai với nụ cười hiền hậu, em học cùng trường cấp 3, dưới tôi 1 khoá. Thấy bóng tôi từ xa em đã ân cần hỏi thăm: "Lâu lắm rồi em mới gặp chị. Chị đi đâu đấy?"

Tôi trình bày vấn đề của mình. Nghe xong em bảo: "Chị chờ chút, em làm cho chị."

Nói xong tôi thấy em ấy trao đổi với anh trưởng công an xã, thỉnh thoảng hai người họ lại liếc nhìn sang tôi. Ánh mắt anh trưởng công an xã nhìn tôi có vẻ hơi hoài nghi làm tôi thấy run run, hai má ửng đỏ, hai tai nóng bừng, "*Tình hình có vẻ hơi căng thẳng, không biết anh có ký giấy tờ cho mình không?*"

Bầu không khí căng thẳng ấy kéo dài mấy phút. Sau khi xem xét các giấy tờ kèm theo thấy hợp lệ, anh ký rồi đưa cho nhỏ em đem vào văn thư đóng dấu. Lúc anh ký xong tôi thở phào nhẹ nhõm như trút được gánh nặng.

Với nụ cười rạng rỡ trên môi, em giai vui mừng bước ra đưa tôi tờ kết quả. Tôi hỏi: "Hết bao tiền để chị gửi phí xác nhận?"

Em trả lời với nụ cười hiền hậu: "Không mất tiền gì đâu. Em làm giúp chị. Chúc chị và cháu đi lại may mắn nhé!"

Cầm tờ kết quả trong tay, tôi cảm thấy hân hoan vui mừng vì mình đã đi được nửa quãng đường rồi, giờ còn nửa quãng đường trong tỉnh nữa. Tôi ra về trong trạng thái đầy hy vọng, chắc rằng lời chúc của em ấy sẽ sớm thành sự thật.

Sáng hôm sau, tôi dậy sớm làm thủ tục hàng ngày cho con rồi đi theo xe của bố vào công an tỉnh trong thành phố Vĩnh Yên nộp hồ sơ. Khi bước vào quầy làm thủ tục tôi đã thấy vài người ở sẵn trong đó đang lúi húi gõ gõ gì đó trên máy tính.

Tôi chuyển các giấy tờ đã chuẩn bị sẵn qua ô cửa kính. Anh nhân viên tiếp nhận nói: "Bây giờ không nhận hồ sơ giấy như trước, chị vui lòng nộp hồ sơ điện tử theo hướng dẫn ở đây." Nói xong anh chỉ tay vào tờ giấy hướng dẫn dán trên ô cửa kính.

Tôi sững người lại khi nghe thấy những lời đó. Cảm giác hoang mang từ đâu dồn dập kéo đến. Tôi tự hỏi, "*Ôi trời, không biết chuyện gì đang xảy ra đây?*"

Sau khi định thần lại tôi đọc kỹ hướng dẫn: phải đăng nhập trang web dịch vụ công quốc gia và làm thủ tục trực tuyến trên đó. Cũng may là tôi đã cập nhật thông tin thuê bao điện thoại và căn cước gắn chip nên cứ thao tác theo hướng dẫn.

Trước đó, do cứ đinh ninh là nộp hồ sơ giấy nên tôi chỉ in ảnh thẻ trực tiếp, không có file mềm trong điện thoại, tôi nhắn tin nhờ chú Cường (em trai bố tôi) gửi cho. Sau khi đọc và điền hết các thông tin cần thiết, đến phần tải ảnh lên hệ thống báo lỗi "ảnh không hợp lệ". Tôi chụp ảnh màn hình báo lỗi, chụp luôn cả hướng dẫn hình ảnh theo chuẩn bộ công an gửi cho chú, kèm theo lời cầu cứu "Chú sửa lại cái ảnh gốc bố cháu gửi thành phông trắng và gửi lại cho cháu với!"

Chú đọc xong tin nhắn mà không phản hồi gì, chỉ có trạng thái "đã xem" là hiện ra rõ ràng khiến lòng tôi rối như tơ vò. Tôi tự nhủ, "*chắc chú đang bận bán hàng, chưa thể giúp mình ngay được. Mà có chỉnh sửa ngay cũng cần thời gian thao tác trên máy tính chứ làm sao có kết quả ngay được.*" Bất giác tôi quay sang nhìn xung quanh, và thấy những khuôn mặt căng như dây đàn của các anh chị lớn tuổi hơn đang làm thủ tục. Các vấn đề mà họ gặp còn rối tinh rối mù hơn tôi nhiều: Có người còn chưa đăng ký tài khoản VneID cấp độ 2 phải về xã đăng ký, người thì sim chưa chính chủ phải ra cửa hàng mạng gần nhất cập nhật thông tin; một chị đã có tài khoản mà loay hoay mãi chưa đăng nhập được vào hệ thống. Trong lúc chờ đợi, tôi quay sang giúp đỡ *những người cùng khổ* - chụp ảnh thẻ với sự hướng dẫn của anh nhân viên xuất nhập cảnh, kích hoạt giúp họ tài khoản VneID, lập lại mật khẩu, đăng nhập và giúp họ nhập thông tin lên trang web. Đến khi làm xong xuôi cho mấy người rồi mà vẫn chưa làm được thủ tục cho con khiến lòng tôi nóng bừng như lửa đốt.

20 phút sau, chú Cường gửi ảnh, tôi hì hục đăng nhập lại, điền các thông tin, tải ảnh lên và kết quả là... vẫn không được. Tôi gửi lại kết quả cho chú trong sự thất vọng bẽ bàng. Tôi không khác gì người đang ngồi trên chiếc tàu lượn cảm xúc, vừa hí hửng vui mừng một chút vì có ảnh để tải lên, lại bị kéo tụt ngay xuống vì ảnh vẫn chưa hợp lệ.

Chú tôi gửi thêm một ảnh nữa và nói thêm: "Xem ảnh này có được không? Cái trước làm phần mềm tự động không được, cái này làm thủ công chắc được."

Tôi tải ảnh lên và kết quả là... vẫn không được, lý do vì không đủ độ phân giải. Lần này chiếc tàu lượn đã đưa tôi lên cao hơn và kéo tôi xuống sâu hơn, tôi thấy choáng váng quá, mặt tôi đã chuyển từ màu đỏ của lo lắng sang màu xanh tái của sợ hãi.

"Chú chỉnh đúng kích thước rồi. Nếu không được thì do ảnh chụp từ điện thoại độ phân giải thấp không được." Nhắn xong chú lại im lìm và 10 phút sau chú gửi lại một ảnh mới cùng lời nhắn: "Thử lại lần này nữa xem."

Tôi tải ảnh lên hệ thống và may quá, ảnh đã hợp lệ và cuối cùng thì tôi cũng đã nộp được xong hồ sơ online. Thật là hú vía! Chiếc tàu lượn lần này đã thả tôi xuống khiến tôi suýt nôn nhưng may sao vẫn còn đứng vững.

Anh nhân viên xuất nhập cảnh nói: "Hệ thống đã ghi nhận hồ sơ của chị, bây giờ phải chờ công an xã ký xác minh trên hồ sơ, sau đó ở đây mới ký nhận hồ sơ thì chị mới nộp tiền được."

"*Ôi trời, lại thêm điều gì nữa thế này?*" Tôi nghĩ thầm trong đầu, ngỡ ngàng, ngơ ngác, bật ngửa và có cảm giác như mình vừa mới xuống được chuyến tàu lượn này đã nhanh chóng *được* đưa lên chuyến khác rồi. Biết khi nào mới thoát khỏi cảnh *lên voi xuống chó* này đây?

"Chị ở xã nào nhỉ?" Anh nhân viên tiếp tục. "Nếu chị có quen ai ở công an xã có thể nhờ họ xác nhận luôn và hồ sơ sẽ sớm được duyệt."

Tôi thất thểu bước ra khỏi văn phòng, trong lòng rối như canh hẹ. Giờ biết làm sao đây? Chẳng nhẽ lại về và lên xã nhờ họ xác nhận. Nhưng lúc đi vào đây tôi có đi xe đâu, giờ về kiểu gì được đây?

Lời gợi ý của anh nhân viên như ánh sáng soi đường trong đêm tối.

Tôi nhớ đến em trai giúp mình hôm qua, nhưng khổ nỗi tôi không có số em ấy. Tôi cố lục tìm trong trí nhớ xem mình có quen thêm ai nữa không. À tôi nhớ ra rồi, trong điện thoại của mẹ tôi có lưu số của một anh làm trên công an xã. Như người chết đuối vớ được cọc, tôi gọi ngay cho bà để xin số của anh ấy.

Mẹ tôi gửi số điện thoại, tôi ngay lập tức bấm gọi và trình bày hoàn cảnh của mình, nhờ người ở đầu dây bên kia hỗ trợ.

"Cái này anh không biết đâu." Tiếng đầu dây bên kia oang oang kéo vụt tôi xuống dưới lòng đất, mấy từ đơn giản đó như gáo nước đá lạnh đổ vào đôi tai đang nóng phừng phừng của tôi làm nó tê cứng. Tôi cảm tưởng toàn thân mình đóng băng.

"Để anh gửi cho em số của anh phụ trách mảng công nghệ nhé!" Anh tiếp tục. Nghe được câu này tôi mừng như bắt được vàng, vội vâng dạ nói lời cảm ơn.

Anh gửi cho số của người phụ trách mảng công nghệ. Nhận được tin nhắn, tôi nhắn tin cảm ơn rồi gọi ngay cho "vị cứu tinh" - người nắm trong tay quyền sinh sát bộ hồ sơ của con gái tôi.

"Anh đang bận. 15 phút nữa xong việc anh duyệt trên hệ thống cho em nhé!" Tiếng vị cứu tinh nói qua điện thoại làm tôi thấy thêm yêu những giây phút đợi chờ.

15 phút nặng nề trôi qua. Trong lúc chờ đợi tôi vẫn hỗ trợ những người khác hoàn thiện hồ sơ của họ.

Tích tắc, tích tắc, tôi liếc nhìn đồng hồ điện thoại. Đã 20 phút trôi qua mà tôi kiểm tra trên hệ thống vẫn là tình trạng "đang chờ". Sốt ruột quá nên tôi đánh bạo gọi điện lại để nhờ "vị cứu tinh" thêm lần nữa.

Tút. Tút. Tút. Tút.

"Alo, anh vừa duyệt rồi nhé! Em vào hỏi thủ tục tiếp theo đi." Tiếng vị cứu tinh cất lên kéo tôi trở về mặt đất. Tôi kiểm tra lại trạng thái hồ sơ, khi đã chắc chắn rồi mới lật đật chạy vào văn phòng đề nghị anh nhân viên phòng xuất nhập cảnh ký nhận hồ sơ.

Anh nhân viên nhíu mày khó hiểu, đưa ánh mắt nhìn tôi đầy vẻ hoài nghi, như muốn nói "chị đang nói gì vậy?" Khi tôi khẳng định lại, đồng thời lúc đó anh cũng nhận được cuộc điện thoại xác nhận từ vị cứu tinh, vẻ mặt anh chuyển dần sang trạng thái há hốc ngạc nhiên như thể tôi vừa thực hiện một phép thuật trước mắt anh vậy.

"Hệ thống đã ký nhận hồ sơ. Chị có thể về được rồi. Khi nào có tin nhắn SMS chị nộp lệ phí là được." Tiếng anh nhân viên hướng dẫn văng vẳng bên tai cứa thêm vào nỗi sốt ruột của tôi. Ôi, lại thêm những giây phút chờ đợi nặng nề trôi qua. Ngồi trên xe về nhà mà lòng còn ngổn ngang.

Cuối cùng thì tin nhắn ấy cũng đến. Tôi nhanh chóng làm theo hướng dẫn để hoàn thành bước nộp phí, sau đó vào lại hệ thống để cập nhật tại tình hình. Ba dấu tích màu xanh hiện lên hoàn tất bước 4 "Theo dõi kết quả" làm cả người tôi như bừng sáng, còn bước 5 "Trả kết quả" nữa.

Đúng là "hộ chiếu tím lịm tim", mới có đi nộp hồ sơ thôi mà mặt tôi đã *tím* tái xanh tái mét, còn trái tim tôi đã nhảy tưng tưng ra khỏi lồng ngực và suýt *lịm* đi mấy lần rồi!

Mà trên thực tế thì ngay từ khi tôi bày tỏ mong muốn được đoàn viên trái tim và cả tâm trí tôi đã tím lịm vì gặp phản đối rồi. Chắc chắn chuyến đi này của hai mẹ con sẽ là một chuyến phiêu lưu đầy cung bậc cảm xúc cho mà xem.

Nhận kết quả

“Khi nào nhận được hộ chiếu mẹ chụp ảnh gửi để bố nộp hồ sơ thăm thân cho sang kịp đợt nghỉ năm mới nhé.” Lời chồng nhắn làm cho tôi thấy sốt ruột quá. Đã được 12 ngày kể từ ngày tôi nộp hồ sơ cấp hộ chiếu online cho con, 10 sáng tôi kiểm tra hồ sơ vẫn trong tình trạng “tiếp nhận”. Thời gian nhận kết quả theo quy định là 5-7 ngày làm việc (không kể ngày lễ, ngày nghỉ).

Hơn 12h trưa tôi vào kiểm tra lại thấy tình trạng đã có thêm dòng chữ màu đen “ngày dự kiến trả: 20/11/2023 10:43:56” và một dòng chữ màu xanh “Đang được xử lý.”

Có lẽ do đang quá nôn nóng chờ nên đôi mắt tôi chỉ đọc lướt qua dòng chữ màu đen mà bỏ qua hoàn toàn dòng chữ màu xanh phía dưới. Tôi đinh ninh rằng trong hôm nay mình sẽ nhận được hộ chiếu vậy là hơn 2h chiều tôi tức tốc chạy xe máy vào cục xuất nhập cảnh.

Tôi xuất trình chứng minh thư nhân dân và hồi hộp chờ đợi.

Anh nhân viên sau khi kiểm tra trên máy tính xong đã nhìn tôi với ánh mắt mở to, lộ rõ vẻ ngạc nhiên như thể tôi vừa từ trên trời rơi xuống, tự nhiên lạc trôi vào đây hỏi những câu vớ vẩn.

Anh nói, "Hồ sơ của chị hôm nay mới ký duyệt, ít nhất cũng phải 2-3 ngày nữa mới về đến đây. Mà chị đăng ký nhận hộ chiếu tại nhà kia mà."

Mặt tôi ngắn tũn, hai tai nóng phừng phừng. Đúng là tôi đã đăng ký nhận kết quả qua đường bưu điện, thế mà không hiểu vì lý do gì mà tôi lại trôi lạc vào đây thế này? Cảm giác xấu hổ quá đỗi, tôi rối rít cảm ơn rồi lếch thếch ra về.

Khi tôi nói tình hình cho chồng, anh còn sốt ruột hơn cả tôi "bố sợ nộp muộn không kịp sang trước lễ..."

Tôi cứ sống trong trạng thái thấp thỏm lo âu như thế...

Hai ngày sau.

4 giờ chiều có cuộc gọi đến, bên kia đầu dây là giọng một em gái nhẹ nhàng: "chị có nhà không, em qua giao hộ chiếu."

Tôi mừng quýnh khi nghe thấy hai chữ "hộ chiếu", vui đến nỗi đang cho con bé ti mà cứ thế bế nguyên nó và chạy ngay xuống tầng.

Cầm cuốn hộ chiếu mà tay tôi run run, vội vàng mở ra chụp ảnh gửi cho chồng.

Ngày tiếp theo, chồng tôi gửi các giấy tờ cần thiết để in ra và gửi xuống công ty được ủy quyền dưới Hà Nội làm thủ tục thăm thân. Tôi dành cả buổi sáng để in ấn, kiểm tra, soát lại, ấy vậy mà trong lúc luống cuống anh lại quên nhắc vợ gửi luôn hộ chiếu theo hồ sơ, vậy nên hôm sau tôi phải chạy lên bưu điện gửi lại.

Hai tuần chờ đợi trôi qua chậm rãi như chú rùa bị đau chân. Tôi thấy hồi hộp ghê gớm. Cảm giác bứt rứt khó chịu khôn cùng, nếu không cho con đi cùng được thì sẽ buồn lắm đây. Hình ảnh con bé khóc mếu gọi tìm mẹ và cảm giác căng tức sữa hai bên ngực khiến tim tôi nhói đau.

Đến ngày 15/12/2023 người bạn làm thủ tục bên Nhật gửi hình ảnh kết quả visa kèm theo lời nhắn "em gửi chị giáo ●" làm tôi mừng rớt nước mắt. Tôi vỡ òa trong niềm vui và sung sướng biết bao vì những ngày đoàn viên đã rất rõ nét và sắp thành sự thật rồi.

Hai ngày sau hộ chiếu được phát tận tay, lúc này tôi mới thở phào nhẹ nhõm vì hoàn toàn trút bỏ được gánh nặng liên quan đến thủ tục giấy tờ.

Mua bảo hiểm du lịch

Khi chồng tôi gửi giấy tờ làm thủ tục thăm thân, tôi thấy có file đặt trước vé máy bay nên cứ yên tâm rằng anh đã đặt vé cho hai mẹ con rồi và tôi cũng không hỏi lại.

Anh chỉ nhắc hai mẹ con mua bảo hiểm du lịch cho chuyến đi. Tôi hào hứng, "dễ ợt vì mình vốn làm ở công ty bảo hiểm mà, mua ngay của công ty mình chứ việc gì phải tìm kiếm ở đâu xa."

Nghĩ sao làm vậy, tôi lật tung các văn bản hướng dẫn liên quan đến du lịch nước ngoài của công ty, tìm lòi mắt mới ra tiền phí, ấy thế mà khi đọc đến "điểm loại trừ" thì tôi dừng khựng lại: công ty tôi bán bảo hiểm du lịch cho tất cả các nước, ngoại trừ khu vực Đông Á và Nhật Bản!

Tôi tiu nghỉu như mèo bị cắt tai, vừa thấy buồn lại vừa thấy mắc cười vì "công ty mình bán bảo hiểm mà lại phải mua bảo hiểm ở công ty khác!"

Tôi hỏi thăm mấy nơi mình quen biết, họ cũng không bán sản phẩm du lịch quốc tế dành cho cá nhân! Tôi tìm kiếm và xin báo giá trên mạng, nơi nào giá cả phù hợp thì tôi chọn. Sau khi tham khảo 5-6 website thì tôi đã tìm được nơi ưng ý, tôi cung cấp thông tin, chuyển tiền và nhận giấy chứng nhận trong vòng 5 phút.

10h sáng tôi nhận được hộ chiếu của con, tôi báo tin cho chồng. Vừa nhắn tin và thở phào dứt hơi xong thì anh mới nói là website đặt vé bị lỗi thanh toán, anh không thanh toán được bằng tiền Nhật được, nên tôi phải đặt vé bằng tiền Việt.

Tôi hỏi chị bạn bên đại lý bán vé máy bay nhờ chị đặt giúp vé của hãng Vietjet (VJ). Chị nói: "chị đã đặt chỗ vé cho em rồi. Em cứ suy nghĩ, bàn với chồng, nếu chắc chắn mua thì chuyển khoản để chị xuất vé."

Tôi nói với chồng và anh đã nói như quát trong điện thoại, "Ghế của VJ bé xíu, hai mẹ con ngồi chật chội, vất vả. Mà bố không đặt được của

Vietnamairlines (VNA) mới nhờ mẹ đặt, chứ của VJ bố cần gì phải nhờ mẹ."

Nghe xong mặt tôi như miếng bánh đa nhúng nước, tôi lại gọi cho chị đại lý, lí nhí nói lại những điều chồng vừa nói.

Chị đáp lại bằng giọng đồng tình, "đúng là ghế VJ hơi nhỏ hơn so với VNA thật. Mà chồng em thương hai mẹ con như vậy thì cứ thế mà làm thôi. Chị đang bận chút, lát chị tìm vé cho nha."

Tôi tạm yên tâm đi nấu cơm, chồng tôi gọi điện và nói như quát thêm một lần nữa: "Em mở app Vietnamairlines ra mà đặt, còn chờ gì nữa?"

Đặt trên app thì đặt, làm gì mà cứ gắt lên thế. Chưa bao giờ mà tay tôi lại run lẩy bẩy khi gõ tên mình và tên con trên bàn phím như thế.

Tôi run cũng đúng thôi, vì tôi lấy đâu ra tiền để trả tiền vé bây giờ?

Khi đó tôi không biết cách đặt vé giữ chỗ trước để chắc chắn có vé đã rồi thanh toán trong vòng 24h, nên tôi đã chọn hình thức thanh toán ngay. Thời gian thanh toán là trong vòng 10 phút. Trong 10 phút đó tôi huy động mọi nguồn lực có thể: nhờ bố và em chuyển khoản vào cho đủ. Mặt tôi lúc đó nóng phừng phừng, tai đỏ rực như bị ai cấu véo.

Tôi run run khi app xác nhận khuôn mặt và thở phào khi có thông báo thanh toán thành công. Chuyển tiền xong, có đặt chỗ rồi, tôi in và xếp lại cẩn thận giấy tờ vào túi xách. Sau khi có vé xong anh vào trang web xem giá vé thì thấy đã tăng lên hơn so với lúc tôi đặt, và tôi cũng được giảm 200.000đ khi thanh toán qua mã QR. Như vậy cũng gọi là an ủi cho nỗ lực chạy vạy vay mượn khắp nơi của tôi lúc sáng.

Trong thời gian chờ đợi đến ngày bay anh hỏi con cần những đồ dùng gì để bố mua sẵn: Bô nhỏ cho em bé đi vệ sinh, giấy ướt, khăn khô, ... Ngoài ra anh mua thêm dây đeo an toàn dành riêng cho em bé để em bé có thể ngồi một mình sau xe và đem chăn dày đi giặt ủi thơm tho. Mọi thứ cần thiết cho em bé đã ở trạng thái sẵn sàng.

Lên máy bay

Tối 23 tháng 12 năm 2023 trên đường tới sân bay tôi đã háo hức nói với con rằng: "Em bé sắp được gặp bố rồi... Gia đình mình sẽ được cùng nhau đón năm mới cùng nhau. Hạnh phúc quá!"

Chỉ cần nghĩ đến chuyện hai mẹ con sẽ được gặp bố sau cả năm trời xa cách là tôi thấy hào hứng vô cùng. Cũng đúng thôi, đây là lần đầu tiên con được sang thăm bố mà!

Hơn 8 rưỡi tôi đã làm xong thủ tục xuất cảnh, hai mẹ con đến cửa số 22 và ngồi chờ ở đó. Con ti xong bị nôn ra hết làm ướt hết phần gấu quần và mếu máo khóc. Lúc chiều khi ngủ dậy cũng thế, nên bất giác tôi cảm thấy bất an. Nhìn chiếc quần ướt của con mà tôi muốn khóc theo bởi vì không có chiếc quần nào ở hành lý xách tay! Giờ biết làm sao đây?

Một cô tiếp viên đi ngang qua nhìn thấy cảnh đó liền trấn an: "Chị cứ để đó. Em gọi lao công đến lau dọn ngay."

Mấy phút sau, một bà lao công đến lau dọn chỗ nôn. Bà nhìn hai mẹ con với ánh mắt thương cảm và hỏi thăm, "Thương em bé quá, bị nôn ra hết rồi này. Để bà dọn cho con nhé!" Rồi bà quay sang hỏi tôi "Có khi nào cháu bị nôn do trúng gió không? Con sờ trán cháu xem có sốt không?"

Nghe bà nói vậy tôi thấy hơi hoảng, vội vàng sờ trán và thấy người con bình thường, không sốt, mà còn toát mồ hôi ở cổ, trán. Tôi lấy khăn mềm lau mồ hôi và cởi bớt áo phao ra cho con đỡ nóng.

Bố mẹ tôi ở nhà gọi Zalo hỏi thăm, tôi mặt mày bí xị trình bày hoàn cảnh trớ trêu lúc này.

"Sao lại không để chiếc quần nào ở ngoài vậy?" Mẹ nói với giọng trách móc vì sự bất cẩn của tôi. "Không hiểu xếp hành lý kiểu gì!"

“Giờ bà có trách móc thì cũng chẳng thay đổi được gì. Việc cần làm bây giờ là tìm cách khắc phục chứ!” Tôi cự lại mẹ với giọng càu nhàu và khuôn mặt cau có khó chịu. Mẹ cứ làm như tôi không biết là mình mắc lỗi ấy!

“Thôi.” Giọng bố ôn tồn. “Con xem ở quanh đó có cửa hàng quần áo nào không, mua cho cháu bộ mới rồi thay quần ướt ra. Trong sân bay kiểu gì chẳng có!”

Tôi dạ vâng, cúp máy rồi lếch thếch bế con đi quanh mấy cửa hàng lưu niệm ở gần đó hỏi thăm. Nhìn hai mẹ con y chang con cóc bê con nhái. Và may quá, ông giời đã không phụ sự nỗ lực của tôi khi tôi đã thấy có chỗ bán quần áo mùa hè! Mấy chị bán hàng nhìn tôi không giấu nổi sự ái ngại, ánh mắt như muốn nói “*Em rất tốt, nhưng mà chị rất tiếc.*”

Tôi lầm lũi bế con về ngồi phịch trên ghế chờ. Lúc này con chỉ mặc chiếc áo len, mồ hôi đã được lau khô, con dễ chịu hơn và lại cười đùa, chạy tung tăng theo băng chuyền như chưa hề có gì xảy ra, cho đến khi mệt nhoài và lăn ra ngủ trong vòng tay mẹ.

Đến khi làm thủ tục lên máy bay thì con đã ngủ say. Tôi lếch thếch bế con trên tay, vai đeo ba lô, tay xách nách mang chiếc áo khoác dày và chiếc địu. Chiếc áo len dày cọ qua cọ lại khiến tôi khó chịu quá, cộng với việc bế thêm con bé nặng trĩu khiến hai cánh tay mỏi rã rời, như sắp gãy ra làm đôi.

Quãng đường ra máy bay sao dài quá vậy? Tôi cảm tưởng mình như chú sên đang bị đau chân cố gắng nhích từng bước nhỏ đến đích với chiếc vỏ nặng trĩu đang đè nặng lên người.

Phù.

Cuối cùng hai mẹ con tôi cũng lên được máy bay và ngồi yên vị ở ghế số 19D. Trên máy bay rất ấm nóng và không khí ngột ngạt. Tôi hoảng hồn thêm lần nữa khi sờ vào trán con nóng phừng phừng, mồ hôi túa ra như tắm. Tôi vội vàng cởi áo khoác và áo len ra, lau mồ hôi cho con, sau cùng bé cũng ngủ được nhưng vẫn rọc rạch khó chịu.

Tôi lo lắng nghĩ thầm, "*sao đầu con nóng thế, liệu con có vấn đề gì không nhỉ? Nếu có vấn đề gì thì mình biết phải làm sao khi đang ở giữa bầu trời như này? Cầu mong mọi chuyện rồi sẽ ổn.*" Trong trạng thái mơ màng, tôi dần chìm vào giấc ngủ chập chờn.

Oe Oe.

Tiếng khóc của những em bé khác thỉnh thoảng vang lên phá tan màn đêm yên tĩnh. Tôi giật mình tỉnh giấc, quay sang con vẫn thấy con đang ngủ say, trán đã dịu hơn nên cũng bớt lo.

Gần 6 rưỡi sáng hai mẹ con ra đến cửa ra sân bay quốc tế Chubu, ở đây ấm và thoáng, không khí dễ chịu, cơn sốt của con cũng bay theo gió đi từ lúc nào. Khi chồng đến nơi thì con đã dậy, tôi đưa cho anh bế, anh ôm con mà mắt rưng rưng. Cả nhà ngồi nghỉ ngơi một lát rồi ra xe về tỉnh Shizuoka.

Khoảng 1 giờ chiều cả nhà về đến kí túc xá, con đói meo réo gọi đồ ăn. Tôi lau mặt mũi, rửa tay chân cho con trong khi anh áp chảo cá hồi, xào nấm, nấu cơm. Bữa cơm đoàn tụ đầu tiên của gia đình diễn ra trong căn phòng nhỏ ấm áp, con ăn uống ngoan ngoãn, tiếng nói cười rôm rả.

Sau tiệc đón Giáng Sinh

Ăn trưa xong cả nhà lăn ra ngủ, ai cũng thấm mệt sau chuyến bay và chuyến đi dài. Hai mẹ con tôi ngủ đến hơn 3h chiều mới mở nổi mắt.

Khi dậy tôi đã thấy chồng đã đi siêu thị, mua đồ, giặt ủi quần áo xong xuôi, đang nhặt rau chuẩn bị nấu ăn tối rồi.

Tối nay anh tổ chức tiệc nướng mừng Giáng sinh, có thêm ba bạn hàng xóm tham dự cùng. Hai mẹ con tôi ngồi ngoài phòng ăn một lát rồi khói bốc lên làm cay mắt nên con bé khóc um lên, hai mẹ con lại lóc cóc đi vào phòng ngủ và ăn uống trong đó với sự tiếp tế thức ăn từ bố.

8 rưỡi tối con ti ngủ, ngủ được một lúc thì ông bà ngoại gọi, con tỉnh dậy chơi một lúc rồi quấy khóc. Tôi lật đật trở dậy đo nhiệt độ cho con.

Tít tít tít tít.

38.56.

Đó là con số hiển thị trên nhiệt kế khi tôi kẹp vào nách em bé. Con bé bị sốt rồi, tôi sờ vào trán thấy nóng như rang, bé bắt đầu khó chịu trong người và quấy khóc. Nhiệt độ đang tiếp tục tăng. Điện thoại hiển thị 9h tối ngày 24/12/2023.

Oe oe.

Tiếng con khóc vang lên phá tan bầu không khí tĩnh mịch đang bao trùm khắp căn phòng.

Tôi dụi mắt, lật đật đứng dậy pha thuốc hạ sốt cho con dưới ánh đèn ngủ màu vàng lờ mờ. Pha xong, tôi để cốc thuốc trên đầu giường thì con bé gạt tay làm đổ hết thuốc ra ngoài. Ôi không! Gì thế này?

Tôi thầm nghĩ, “*Giờ cho con uống thuốc mới là cực nhọc đây, bình thường ở nhà có người bế giữ bé giúp mà 3 bà cháu cũng phải đánh vật mới cho uống được. Hôm nay có một mình mình không biết có cho con uống được nổi không đây. Mình phải cố gắng! Con hợp tác với mẹ nhé! Mẹ xin con đấy!*”

Tôi đứng dậy pha gói khác rồi ngồi hẳn dậy, bế bé lên, cố gắng dùng tay trái ghì chặt để giữ người bé còn tay kia cầm thìa đút từng thìa thuốc cho vào miệng. “Con ơi, con chịu khó uống hết thuốc hạ sốt nhé! Mẹ pha có xíu nước thôi.”

Hình như cơn sốt đang phát huy tác dụng nên con cựa quậy phản đối không khỏe như mọi khi và việc uống thuốc diễn ra nhanh chóng.

Con đang mê mệt vì cơn sốt kéo đến, lại bị mẹ dựng dậy bắt uống thuốc nên con quấy và khóc to hơn trước.

“Ai bảo mẹ cho em sang đây làm gì?” Chồng tôi tỉnh giấc, càu nhàu, phàn nàn với giọng bực bội, khó chịu.

Còn tôi chết lặng khi nghe câu nói đó. Tôi như muốn gào lên, “*Gì vậy, mình đã làm sai điều gì ư? Mình mong muốn con được ở gần bố dù chỉ vài ngày là sai ư? Sao anh có thể nói ra lời đó được?*”

Bất chợt kỷ niệm cũ ùa về làm nước mắt trào ra, tôi ôm chặt lấy con như cách người đuối nước ôm chặt chiếc phao cứu sinh bé nhỏ. Hai năm trước khi vừa chân ướt chân ráo sang Nhật Bản, chồng tôi cũng nói một câu tương tự như thế. Nước mắt tôi ứa ra, vết thương khi xưa bỗng chốc hiện về làm tim tôi đau nhói. Giờ đây, khi quay lại Nhật sau gần hai năm xa cách tôi cũng sốc ngang ngửa lúc đó vì hoàn cảnh rất giống nhau từ không khí đến mùi căn phòng lạnh lẽo tỏa ra.

Hụ hụ.

Tiếng ho của con kéo tôi về thực tại. Bé vẫn rọc rạch khó chịu, quấy khóc vì cơn sốt vẫn chưa hạ.

Tôi lấy tay gạt đi nước mắt và cho con ti, bế bé trên tay, vỗ về, hát ru và dỗ dành. "À á ời, à ơi, mẹ yêu con lắm, thương con thật nhiều, nhiều hơn cả những ngôi sao trên trời cao, ngoài kia đại dương bao nhiêu giọt nước, mẹ yêu con nhiều hơn cả đại dương. À ơi." Tiếng hát ru nghẹn ngào khe khẽ cất lên, đượm thêm những giọt nước mắt.

30 phút sau con cũng ngủ được. Tôi thở phào nhẹ nhõm như trút bỏ được gánh nặng trên vai, *May quá, cuối cùng con cũng ngủ được rồi, mình cũng đau mỏi rã rời.*

"Mai bố để sim điện thoại ở nhà," anh cất giọng ngái ngủ pha chút lo lắng "sáng mai dậy mà em vẫn vậy thì mẹ gọi taxi cho em đi viện khám nhé!"

Tôi thấm mệt, vẫn ôm con trong tay, và khi con đã say ngủ, tôi nhẹ nhàng rút tay, đặt đầu con lên chiếc gối để bé nằm thoải mái hơn. Trong đầu lẩn quẩn hình ảnh hai mẹ con đưa nhau vào viện khám màu xám xịt.

Những dòng suy nghĩ ùa về như dòng lũ cuốn tôi vào giấc ngủ chập chờn, "*Nếu con không may bị làm sao thì mình biết phải làm thế nào đây? Cả nhà đã phản đối việc mình cho con bé đi chơi. Giờ nó lại bị sốt thế này, không biết sẽ ra sao nữa. Con có làm sao thì cũng bởi vì sự cố chấp của mình...*"

Đêm đó hai mẹ con trở người rọc rạch mấy lần. Tôi gà gật mở mắt quay qua ôm, lau mồ hôi trên trán cổ và người, cho con ti, vỗ về bé vào giấc ngủ. Anh cũng thi thoảng dậy kéo chăn chèn vào thành giường để em bé đỡ bị rơi xuống sàn vì chiếc giường mét hai nhỏ xíu, chiếc đệm quá khổ mét rưỡi tràn hết ra khỏi giường, cộng thêm chiếc chăn bông to đùng dày sụ choán hết chỗ nằm, khiến cảm giác như con sắp bị rớt ra khỏi giường vậy.

Sáng hôm sau anh dậy sớm, nấu sẵn thức ăn để mang đi ăn trưa và đồ ăn cho hai mẹ con rồi đi làm ca 6h. “Bố xào sẵn thức ăn và nấu cơm rồi, lát hai mẹ con dậy ăn uống đầy đủ nhé. Sữa chua, trái cây bố để ra ngoài cho bớt lạnh rồi. Bố đi làm đây.”

“Vâng”, tôi nói giọng ngái ngủ, “Bố đi làm nhé!”

Tôi thấy rất mệt và buồn ngủ nên ôm con ngủ đến hơn 10h sáng mới dậy. Lâu lắm rồi tôi mới được ngủ một giấc đã mắt như thế.

“Em bé đỡ hơn chưa?” Anh nhắn tin hỏi “Mẹ chịu khó tra mũi cho em.”

Lúc này con gái vừa mới dậy, vừa nhắm mắt vừa ti, sau đó như có gì đó bị kẹt giữa họng làm con bé khó chịu, nôn hết ra chăn bao nhiêu là sữa lẫn đờm nhầy. Tôi nhanh chóng dọn bãi chiến trường, tắm rửa cho bé rồi nấu canh ăn trưa, anh đã xào sẵn thức ăn.

Khi nghe tôi nói tình hình, có lẽ anh thấy lo lắng cho tình trạng của con nên gần 12h trưa anh tranh thủ về, dọc đường ghé qua cửa hàng thuốc mua cho con lọ siro ho về cho con uống và đem chăn đi giặt. Uống xong con ngủ ngoan đến 4 rưỡi chiều mới dậy.

“Con gái thế nào rồi?” 4h chiều anh nhắn tin hỏi thăm khi nghỉ giữa giờ.

Tôi mở mắt xác nhận tình hình: “Nàng đang ngủ ngoan nhé, ngủ ấm nên không ho hay gì cả.” Rồi tranh thủ lúc con còn ngủ tôi dậy nấu canh, xào rau, cho con ăn tối trước.

Hơn 7h rưỡi tối chồng tôi mới đi làm về. Tắm giặt, ăn uống xong, hai bố con nô đùa với nhau, tiếng cười nói khúc khích rộn ràng căn phòng nhỏ.

Mất thẻ ngoại kiều

Cốc cốc cốc!

8h tối thứ hai ngày 25 tháng 12 năm 2023 khi cả nhà đang ngồi ăn tối thì có tiếng gõ cửa.

Chồng tôi ra ngoài, tôi nghe thấy tiếng đàn ông ồm ồm của một người Nhật đang nói với chồng tôi chuyện gì đó liên quan đến thẻ gai (thẻ cư trú dành cho người nước ngoài).

Chồng tôi mở cửa, gọi với vào bảo tôi lấy cho anh chiếc ví và mở ra tìm cho anh chiếc thẻ ngoại kiều của anh.

Lúc đó tôi đang dở tay cho con bé ăn nên chỉ cầm lấy ví và đưa để anh tự tìm.

Chồng tôi lục tìm một hồi lâu rồi khuôn mặt anh bắt đầu trở lên khó hiểu khi không tìm thấy chiếc thẻ đâu. Không rõ là nó đã mọc cánh và bay ra khỏi ví từ hồi nào rồi?

Anh lại ra ngoài nói với người Nhật kia, đưa cả điện thoại để họ kiểm tra mã thẻ mà người đó vẫn không đồng ý, nhất định phải cầm sờ trực tiếp.

Chồng tôi lại quay vào lục tìm một lần nữa, dốc hết ví ra tìm và kết quả là vẫn không thấy đâu. Khuôn mặt anh lúc này đã trở lên khó hiểu, hoang mang hơn lúc trước rất nhiều. Những nếp nhăn lăn tăn gợn sóng trên trán, cặp lông mày nhíu lại. Anh quay ra nói với người Nhật kia rằng anh bị mất thẻ và phải đi làm lại thẻ.

Lúc vào anh mới kể là: trong công ty vừa rồi có người dùng thẻ giả để vào làm nên công ty kiểm tra lại hết hồ sơ của tất cả nhân viên đang làm việc tại công ty. Còn anh vẫn băn khoăn không biết mình đã đánh rơi ở đâu và khi nào, lần gần đây nhất có dùng đến thẻ ngoại kiều là đi scan chứng từ để làm thủ tục thăm thân cho con gái.

Anh nói mai sáng nhờ tôi gọi lên nyuukan (cục quản lý xuất nhập cảnh) hỏi xem thủ tục cấp lại thẻ làm trong bao lâu.

Ngày hôm sau, con bé vẫn chảy nước mũi ròng ròng, đã vậy nó còn không cho tôi nhỏ mũi. Đối diện với sự ngang ngược của nó khiến tôi cảm thấy căng thẳng, muốn nổ tung đầu. Nhớ tới việc chồng nhờ tôi ngần ngừ hồi lâu rồi quyết định... vào mạng tìm kiếm thông tin. Tôi đọc ở trên mạng không thấy đề cập gì đến thời gian làm thủ tục, chỉ có một thông tin duy nhất là: khi phát hiện mất thẻ phải báo cho đồn công an gần nhất trong vòng 3 ngày... Tôi lật đật nhắn tin cho chồng.

Tối hôm đó khi anh về người Nhật kia lại đến hỏi, tôi không nghe rõ chồng trả lời thế nào. Lúc vào anh hỏi lại, tôi mới nói rằng tôi không gọi điện mà đọc trên mạng.

Khuôn mặt anh chuyển sang trạng thái khó chịu, "bố cần mẹ gọi lên để xác nhận xem trong ngày có xong không, chứ mình bảo với công ty là ngày 28 đi làm lại thẻ và trong ngày sẽ được, giờ lại nói 3 ngày mới được thì khác gì mình nói dối đâu."

Tôi ngớ người ra, không biết nói gì thêm. Cảm giác có lỗi nặng nề bao trùm toàn thân.

Anh nói tiếp “mà mẹ không gọi cũng không nói để bố nhờ người khác giúp.”

Lần này tôi thấy mặt nóng rần rần, cảm giác có lỗi bủa vây và tăng lên dần theo cấp số nhân.

“Thôi để bố nhờ Hùng gọi giúp.” Tiếng anh cất lên đặt dấu chấm hết cho cuộc trò chuyện.

Tôi không biết nói gì, đang tần ngần vì vẫn chưa dứt ra khỏi cảm giác khó chịu, có lỗi khi bị chồng nói nặng thì con bé mon men lại gần đòi ti cứu tôi một bàn thua trông thấy.

Sáng hôm sau anh vẫn để điện thoại ở nhà. hai mẹ con ngủ đến gần 10h dậy, tôi nấu bún cá. Con bé ăn thì ít mà bày bừa ra khắp nhà, quần áo thì nhiều. Nhìn mặt mũi tay chân nhem nhuốc tôi thấy bất lực, đành phải lấy nước vào trong phòng tắm luôn cho nó.

12h trưa anh tranh thủ về gọi điện lên nyuukan xác nhận lại thời gian làm lại thẻ cư trú, chưa đầy 30 giây đã hỏi xong, anh dọn giúp mâm cơm, đem quần áo đi giặt.

Tôi mặc quần áo ấm và cho con ra công viên Kanaya chơi, trời nắng ấm bé chạy tung tăng. Chơi được một lát hắn muốn về, chơi tiếp trong phòng đến 14h mắt lim dim mẹ cho ti, vừa ti vừa ngủ, ti xong mẹ dậy mình cũng dậy luôn. Con bé không chịu chơi một mình nên hai mẹ con ôm nhau vào nhà tắm, tôi thả nó vào bồn tắm để nó bước đi quanh còn tôi gội đầu tắm. Tối về tôi chụp ảnh thẻ cho chồng rồi nhờ chú Cường chỉnh sửa về phông trắng giúp sau đó anh đi in, hôm sau cả nhà đi thành phố làm lại giấy tờ.

Gia hạn bằng lái

Năm nào công ty chồng tôi cũng được nghỉ lễ sớm nên ngày đầu tiên được nghỉ vẫn là ngày đi làm của các đơn vị hành chính. Chúng tôi tranh thủ ngày này đi làm các thủ tục như gia hạn visa, nhận kết quả visa, đổi bằng lái, ...

Thứ năm ngày 28 tháng 12 năm 2023, trời nắng ấm, chồng tôi dậy nấu đồ ăn sáng, hai mẹ con dậy sau, ăn uống, làm các thủ tục sáng sớm ì ạch mãi đến 10h mới xong, cả nhà lên thành phố Shizuoka để tôi gia hạn bằng lái còn anh làm lại thẻ ngoại kiều.

45 phút sau nhà tôi đã có mặt ở trung tâm thành phố, chồng tôi tìm bãi đỗ xe rồi đi bộ đến cục quản lý xuất nhập cảnh, trong khi chờ đợi hai mẹ con ra công viên Shizuoka chơi, trời nắng ấm, con bé thích lắm vì được chạy nhảy tung tăng trên sân cát, tôi chạy theo cũng toát hết mồ hôi.

30 phút sau anh xong việc, ra công viên chơi với hai mẹ con. Anh bước từng bước nhỏ theo sau những bước chân lẫm chẫm của con trên thảm cỏ mềm, dưới bầu trời xanh trong vắt, ánh mặt trời lấp lánh, bên cạnh hàng cây anh đào khẳng khiu đầy nụ, hàng hoa sơn trà nở hồng rực rỡ và những bông hoa như cây bắp cải đầy màu sắc, mùi hương thơm nhẹ tỏa ra từ khóm hồng vàng. Tất cả hòa quyện với nhau thành một bức tranh tuyệt đẹp khiến trái tim tôi được sưởi ấm và hạnh phúc vô cùng. Tôi muốn thời gian dừng lại để tôi được chìm đắm vào không gian trong lành, bình yên, và ấm áp này mãi mãi.

Tiếp theo con được trải nghiệm vào Family mart cầm giỏ xách mua đồ ăn trưa rồi đến trung tâm đổi bằng và chỉ kịp ăn nhẹ quả chuối trên xe. Hơn 1h chiều cả nhà di chuyển vào văn phòng để tôi xếp hàng, nộp hồ sơ, nộp tiền, chụp ảnh, sau đó lên tầng 3 để học từ 2h chiều.

Tôi đem con vào học cùng, chồng không dám bế vì tầm giờ đó con bé sẽ ti ngủ trưa. Ban đầu nó nghịch ngợm, đập bàn ghế, quay bên nọ bên kia làm tôi thấy phát ngại với những người xung quanh. Một thầy thấy tôi bế con bé vào phòng học liền đem cho tôi mượn chiếc gối vuông để có thể cho con bé nằm ngủ trưa, thật quá tâm lý. Sau một hồi chơi đùa chán chê, con bé dụi mắt, ngáp dài, nó đã mệt và buồn ngủ díu mắt rồi, con ti xong rồi ngủ khì đến 3 rưỡi. Đến giờ nghỉ giải lao, cô giáo đi qua thấy con bé đang say ngủ, cô khen "Ngoan và dễ thương quá!"

Các nội dung học là những kỹ năng để đảm bảo an toàn khi tham gia giao thông: kiểm tra xe trước khi khởi hành, luôn đeo dây an toàn, quan sát cẩn thận để xử lý tình huống kịp thời. Ngoài ra còn có bài trắc nghiệm về độ hiểu bài, khi cô giáo đi qua tôi hỏi "Tôi không biết tiếng Nhật thì phần này phải làm sao?"

Cô nói không có vấn đề gì, cứ ngồi nghe thôi. Đến 4h chiều các cô phát bằng cho những người gia hạn và tan lớp.

Chồng tôi lên đón và cả nhà về Kanaya, đã khá muộn nên chúng tôi quyết định "đi ăn nhà hàng".

Bên ngoài trời gió hun hút đối nghịch hẳn với không gian ấm cúng bên trong nhà hàng Coco, nơi gia đình đang sum họp.

Nếu ở đó cùng chúng tôi bạn sẽ thấy tôi và con ngồi cùng một ghế úp lưng vào tường ở bàn số 3, còn chồng tôi ngồi đối diện. Các món ăn nóng hổi được nhân viên và bạn robot dọn ra. Anh dùng dao cắt nhỏ thức ăn đưa vào đĩa của con gái.

Phù! Phù! Phù!

Tôi chu môi phồng má thổi cho đồ ăn chóng nguội rồi mới bón cho con ăn. Tôi kiên nhẫn xúc thức ăn, từng thìa cơm bón cho con. Có lẽ do đói bụng và đồ ăn lạ miệng nên con ăn uống ngon lành và rất hợp tác. Thi thoảng con muốn tự mình cầm thìa xúc thức ăn cho vào miệng. Tuy nhiên chiếc thìa hơi to so với khả năng nên con chuyển sang dùng hai tay bốc cho nhanh.

"Này, mẹ ăn đi cho nóng." Chồng vừa nói vừa ân cần dùng thìa xúc thức ăn đưa vào miệng tôi, tôi cảm động không nói nên lời.

Em bé đùa nghịch nhảy tưng tưng trên chiếc ghế. Thấy hình ảnh mình trong kính em nhoẻn miệng cười và áp má vào kính chơi đùa với bạn trong gương. Nhìn cảnh tượng đó, anh cười và nhẹ nhàng nói: "Cháu chỉ hổ báo trong gương thôi, chứ ra ngoài cháu dát như con mèo."

Anh hỏi thêm con bé "các thầy cô không phát bằng cho con gái à, con gái cũng ngồi học hành chăm chỉ vậy cơ mà." Tôi cứ tủm tỉm cười.

Đi thăm cố đô

Thứ sáu ngày 29 tháng mười hai năm 2023, trời nắng ấm, ngày nghỉ lễ thứ hai, cả gia đình tôi đi Kyoto thăm bạn. Cũng như hôm qua, 10 sáng cả nhà mới khởi hành đi chơi.

Ngoài trời gió thổi lạnh buốt đối ngược với không gian ấm cúng và tiếng cười nói ríu rít bên trong xe ô tô. Tôi và con đang ngồi ở hàng ghế sau, chờ chồng vào siêu thị mua đồ ăn và trái cây.

Anh bước ra từ siêu thị, mở cánh cửa sau ra, cho giỏ xách đồ xuống khu vực để chân, cầm lên hai hộp nho, đưa cho tôi một hộp nho xanh Nagano và nói "Của hai mẹ con đây!"

Nói xong anh liếc nhìn sang hộp nho đỏ của Mỹ có dán nhãn "giảm giá 50%" và nói tiếp "Còn cái này của bố."

Tôi nhận hộp nho từ anh, trong lòng dâng lên một niềm hạnh phúc khó tả. Ở ghế sau, tôi kiên nhẫn bóc vỏ từng quả nho đưa cho con tự cầm ăn.

Thỉnh thoảng con gái pha trò nghịch ngợm khiến bố mẹ bật cười.

Cả nhà trò chuyện vui vẻ suốt hành trình đi Kyoto. Đường xá đông đúc xe cộ, tắc đường cả vài ki lô mét trên đường cao tốc. Những mảnh đất thân quen lần lượt hiện ra Kuwana - tỉnh Mie, Otsu - tỉnh Shiga rồi biến mất theo từng đường hầm.

Hơn 3h chiều, chúng tôi đã đặt chân tới miền đất cố đô. Chồng tôi định cho con vào vườn thú mà Google nói chỗ đó đóng cửa nên chuyển sang thăm chùa nghìn cột.

Chuẩn bị chào đón năm mới nên chùa chật ních người. Con bé nhất định không theo bố nên tôi bế vác nó được mấy trăm bước đầu tiên thì mỏi rã rời. Nó cứ ngồi chình ình ra giữa đường. Tôi ngồi bất lực nhìn con và cả nhà đi xuống lúc 4 rưỡi. Trên đường về con bé say sưa ngắm nhìn tàu điện cắt ngang đường đi bộ, sau đó chồng tôi chở cả nhà đi ăn tối ở quán Donkey. Đến quán con bé lại tiếp tục nghịch ngợm, nó muốn chạy nhảy tung tăng chứ không muốn ngồi yên một chỗ. Tôi nhìn con bé mà nghịch ngợm mà thấy ngượng với những người xung quanh.

Ăn tối xong, chồng tôi lái xe sang đón bạn ở ký túc xá. Chồng tôi xách vali lên trước, tôi bế con theo sau.

Vừa về đến nhà bạn thì phát hiện ra bạn để quên chìa khóa ở ký túc xá, vừa leo lên tầng 5 lại bước xuống đi lấy chìa khóa cùng, chứ đứng ngoài trời rất lạnh.

Hai mẹ con lếch thếch bế nhau từ tầng 5 đi xuống, cảm giác rã rời được nhân lên gấp đôi cùng với những cơn gió rít ào ào như muốn nuốt chửng "*con cóc bê con nhái*".

Về nhà bạn nấu bún bò Huế, khi vợ bạn đi làm về cả nhà ngồi lại với nhau cùng ăn, con bé ăn thêm mấy sợi bún với quýt rồi đi ngủ khì. Kết thúc ngày nghỉ lễ thứ hai dong duổi trên đường.

Bố bị lạc

Ngày thứ hai ở Kyoto là thứ bảy ngày 30 tháng mười hai năm 2023. 10 rưỡi nhà tôi nô nức hoà vào dòng người đông nghẹt đi thăm chùa Vàng (kinkaku ji).

Vừa mới bước chân vào cổng chùa, chưa đến chỗ xếp hàng mua vé con bé đã không hợp tác, nó khóc quấy, không chịu bước đi, cũng không cho bố bế, cứ đòi mẹ bế. Tôi thấy hoảng hồn và rùng mình khi nhớ lại thảm cảnh chiều hôm qua, thôi đứng chụp lấy tấm ảnh ở cổng chùa, gọi là có đến thăm, chứ giờ bế nó lên được trên đỉnh chắc tôi nghẻo. Chồng tôi cũng thấy tình hình không ổn nên quay ra lấy xe đi vào siêu thị Sakura Mall ở gần đó.

Trên xe con bé ngồi riêng ở ghế sau, có thắt dây an toàn riêng dành cho trẻ em, ban đầu con bé còn hào hứng, sung sướng vì được ngồi một mình. Sau đó, con buồn ị nên trạng thái bắt đầu chuyển sang bứt rứt khó chịu, con đập chân, đạp tay, bứt dây quấy, kêu gào điếc hết tai.

"Ai bảo sáng dậy con không đi vệ sinh?" Chồng tôi liếc mắt xuống và nói với con gái.

Con bé kêu i i, đưa hai tay dứt dứt sợi dây an toàn, ý muốn mẹ tháo ra.

"Mẹ biết con khó chịu rồi." Tôi trấn an và động viên con bé "Còn 500 mét nữa thôi. Con cố gắng nhé!"

Vào siêu thị tôi nhanh chóng tìm nhà vệ sinh, thay bỉm và lau rửa cho con. Khi đã thoải mái và sạch sẽ rồi con chạy nhảy tung tăng, cảm giác như được "phá cũi sổ lồng".

3 rưỡi chiều khi cả nhà đang ngồi ngủ trên ghế thì bạn gọi, chồng tôi ra ga Kyoto đón. Anh chở tôi về trước rồi cùng bạn đi siêu thị và nấu bữa tiệc nhỏ.

Hơn 10 giờ đêm tiệc tan, bạn không ngủ lại mà ra ga tàu Mukaijima, chồng tôi với bạn Đức (chủ nhà) đưa ra ga.

Một lúc sau chỉ thấy mỗi bạn Đức về, làu làu nói bị lạc mất chồng tôi rồi. "Hai đứa đang đi cùng nhau, đến chỗ rẽ, mình đi về bên trái còn thằng kia cứ đi về bên phải, gần nhà mình gọi Duy ơi mấy lần mà không thấy tiếng trả lời. Điện thoại để ở nhà..."

Nghe xong tôi rợn hết người, bao nhiêu viễn cảnh u ám ùa tới. Sẽ ra sao nếu không may tối nay anh bị cảm, hoặc trúng gió vì ngoài trời đang rất lạnh?

Tôi muốn dậy đi tìm chồng quá, mà bất lực vì bận con bé, nó chưa chịu ngủ, cứ rọc rạch mãi, có thể vì chưa thấy bố về nên con thao thức mãi. Hơn thế nữa tôi cũng không biết đường đi lối lại, các tòa nhà giống y hệt nhau, đi ban ngày tôi còn bị lạc huống chi đêm tối. Tôi mà đi tìm khéo lại thêm một người nữa bị lạc.

Tôi thấy căng thẳng, hai tai nóng bừng, tim đập nhanh.

"Để em và Vy đi tìm." Tiếng em Hương vợ bạn Đức cất lên phá tan bầu không khí im lặng đồng thời kéo tôi về thực tại.

Nói xong hai mợ cháu mặc thêm quần áo ấm, nhìn thấy cổ Vy mong manh quá tôi nói em lấy chiếc khăn vàng dày sụ quàng vào cho ấm rồi hãy đi ra ngoài.

Tích tắc, tích tắc, tích tắc, từng giây phút nặng nề trôi qua, vô tình như con dao sắc lẹm, tàn nhẫn cứa sâu vào tâm trạng lo lắng đến phát sốt của tôi.

5 phút, rồi 10 phút chậm rãi trôi qua như con rùa đang nhẩn nha gặm cỏ, cứ thong thả thôi, mặc kệ sự đời.

15 phút sau.

Hai cô gái nhỏ đã "hộ tống" được chồng tôi về đến nhà. Hú hồn chim én. Con bé chờ đến khi bố về và nằm bên cạnh nó mới ngủ.

Động đất đầu năm

4h chiều ngày đầu năm mới 2024 khi con bé vừa tắm xong, tôi đang quấn khăn tắm cho con, đột nhiên nghe tiếng điện thoại đang để trên bồn rửa mặt rung lên bần bật, tôi thắc mắc là không biết ai gọi điện vào giờ này nhỉ? Sau đó mấy giây tự nhiên tôi cảm thấy mặt đất rung lắc qua lại, tôi hơi choáng nhưng hai mẹ con vẫn đứng vững trên sàn.

Tôi tiếp tục trùm khăn lên đầu để lau khô tóc cho con bé, chuẩn bị bước ra khỏi nhà tắm thì đột nhiên cánh cửa phòng tắm mở toang, chồng tôi chạy vào trong nhà tắm. Anh đưa mắt nhìn hai mẹ con tôi rồi bằng một giọng điềm tĩnh nhưng có phần gấp gáp, anh nói dõng dạc và trấn an, "hai mẹ con bình tĩnh đi ra ngoài."

Đi theo sau anh là chị Thúy (chủ nhà) với khuôn mặt nghiêm trọng và có chút lo lắng bất an.

Tôi vẫn lớ ngớ không hiểu có chuyện gì đang diễn ra, cảm tưởng như tôi vừa từ trên trời rơi xuống vậy. Trong đầu biết bao nhiêu là băn khoăn, hay là đã xảy ra hỏa hoạn? Mà không đúng lắm, ban nãy ở trong nhà tắm mình thấy điện vẫn sáng trưng như bình thường mà, có cháy chập gì đâu? Mà sao điện thoại rung dữ dội vậy nhỉ? Sao chồng mình có vẻ rất căng thẳng và nghiêm trọng vậy?

Dù thắc mắc nhiều điều như thế nhưng vẫn răm rắp nghe theo lời anh, bế con bé lên, bước cẩn trọng từng bước một ra khỏi phòng tắm sau chị Thúy.

Chồng tôi, trong trạng thái thận trọng cảnh giác cầm lấy chiếc điện thoại trên bồn rửa mặt rồi đi ngay phía sau hai mẹ con, với hai cánh tay rộng mở như tấm khiên vững chắc sẵn sàng bảo vệ hai mẹ con trước mọi bão giông cuộc đời.

Hai mẹ con tôi được bảo vệ hai đầu, phía trước là chị Thúy dẫn đường, phía sau là chồng tôi.

Bốn người từ từ bước ra khỏi nhà tắm, tôi chỉ kịp xỏ chân vào dép lê rồi bước vội ra đường lớn, đi thẳng bãi đất trống đối diện căn nhà.

Các thành viên còn lại đang đứng ở trên đó, nhìn ngó và nghe ngóng tình hình xung quanh. Bao trùm chúng tôi là khoảng không tĩnh mịch, yên ắng đến lạ thường. Phía trời Tây chỉ còn sót lại một chút ánh mặt trời lưa thưa, yếu ớt ẩn hiện sau làn mây màu xám, kèm theo những cơn gió gào rít mỗi lúc một mạnh. Đám cỏ lơ thơ phía dưới chân tôi bay phấp phới.

Chị Thúy đưa cho chồng tôi mượn chiếc áo khoác để ủ ấm cho con bé con vì nó chưa kịp mặc quần áo ấm, trên người có mỗi tấm khăn tắm 4 lớp mỏng dính đang được quấn quanh từ đầu xuống chân nhìn chẳng khác nào con nhộng bé xíu.

5 phút, 10 phút lặng lẽ trôi qua như con ốc sên khẽ trở mình nhúc nhích vài giây rồi lại quay về chiếc vỏ ốc thân yêu, ấm áp của nó.

Bốn bề vẫn lặng ngắt như tờ, không một bóng người ngoài đường, chỉ có mấy người chúng tôi đứng sừng sững trên bãi đất trống như những pho tượng cổ kính phong sương cùng trời đất. Ở phía xa xa vọng lại tiếng nhạc sàn inh ỏi hòa cùng tiếng gió rít tạo thành một bản nhạc khiến tôi cảm thấy rùng rợn.

Gió vẫn gào thét điên cuồng, cứa những nhát dao sắc lạnh của nó vào da thịt tôi khiến tôi lạnh buốt từ đầu tới chân, tôi cứ vừa đứng vừa run, hai hàm răng va lập cập vào nhau. Trong đầu tôi thắc mắc mãi không hiểu vì lý do gì mà chúng tôi lại co ro cúm rúm đứng chịu đựng gió rét ngoài trời thế này?

Những cơn gió nhìn tôi thấy ngứa mắt và cười khẩnh, "đúng là đồ dở hơi, đã yếu lại còn đòi ra gió!" Nó tiếp tục gào rú không ngừng.

Đứng ngoài một lát không thấy có gì bất thường nên tất cả mọi người lũ lượt kéo vào trong nhà. Chồng tôi bế con bé vào trong trước, tôi đi theo sau, khuôn mặt con đang ngơ ngác không hiểu chuyện gì xảy ra, lại thấy có nhiều người nên cười toe toét.

Vào trong nhà, tôi nhanh chóng hoàn lại hồn vì không còn phải gồng mình lên đối diện với những cơn gió lạnh độc ác kia.

Lúc này tôi mới biết là khi nãy đã xảy ra động đất. Hóa ra tiếng rung dài trên điện thoại là chuông cảnh báo động đất. Mọi người ở ngoài phòng khách khi nghe thấy chuông báo động liền nhanh chóng sơ tán ra khỏi nhà để phòng tránh bị mắc kẹt trong đống đổ nát nếu xảy ra sự cố sập nhà cửa.

Khi tất cả đã yên vị trong nhà, trên chiếc ghế sô pha êm ái, con bé đã được mặc thêm áo ấm và sấy khô tóc, chồng tôi mở điện thoại ra xem và biết rằng khi đó xảy ra động đất 7.2 độ Richter ở tỉnh Ishikawa, ở tỉnh Mie có dư chấn 2 độ nên có rung lắc.

Cơm bố nấu ngon số dzách!

Sau dư chấn của trận động đất đầu năm 2024, gia đình tôi vẫn bình an. Ngày 2 tháng Một, kết thúc kỳ nghỉ lễ, chúng tôi giống như đàn chim rong ruổi trên khắp nước Nhật, rời thành phố Kuwana (tỉnh Mie) vào buổi trưa, hướng về Kanaya (tỉnh Shizuoka), tổ ấm thực sự lúc tối muộn nên bắt buộc phải ăn nhà hàng. Trong lòng tôi mong muốn được ăn một bữa cơm nhà ấm cúng mỗi lúc một lớn. Cảm giác mệt mỏi sau những chuyến đi dài, cộng với vị giác có phần "bội thực" bởi những bữa tiệc *ngập mặn* và những bữa ăn quán đậm vị Nhật Bản, thôi thúc tôi thèm một bữa cơm giản dị, nhẹ nhàng, ngon lành do chính tay chồng mình nấu.

"Anh Duy nấu ăn ngon hết nước chấm, em gắp không ngừng đũa từ đầu đến cuối", tôi chợt nhớ tới lời khen rất thật của đứa em dâu. Cháu tôi - đứa trẻ khó tính kén ăn đã ngồi yên ăn hết 2 bát cơm ngon lành, cả nhà tôi ai cũng hào hứng mong chờ những bữa cơm do chồng tôi nấu. Thú thật khi nghe được những lời khuyên đó tôi cảm thấy vừa vui vừa áp lực khi so tài với anh vì tôi quá vụng.

Sáng hôm sau, ngày 3 tháng Một, gia đình tôi đi ra ngân hàng bưu điện để anh gửi tiền giúp người bạn đang ở Việt Nam. Trong lúc chờ anh vào cây ATM nạp tiền, tôi và con bé chạy nhảy tung tăng quanh trụ sở mới của shiyakusho (đơn vị hành chính tương đương cấp xã của Việt Nam). Trước mắt tôi là một khoảng đất rộng rãi phủ đầy cỏ vàng úa, cảm giác như đang được đặt chân lên tấm thảm êm ái diệu kỳ, sẵn sàng đỡ em bé đứng dậy nếu con có lỡ vấp ngã. Tôi quỳ xuống ngắm hoa bồ công anh, thổi hạt giống bay lả tả. Cả nhà sau đó ghé siêu thị Apita chơi. Con bé ngồi lên chiếc xe đẩy hình bạn Thomas, thích thú cười khanh khách khi được bố đẩy đi khắp nơi.

Trên đường về vì cũng muộn rồi nên chúng tôi ghé vào quán Joyful, trước khi xuống xe, anh quay xuống ghế dưới nói chuyện với hai mẹ con, giọng vui vẻ: “nhà mình ăn quán nốt trưa nay thôi, còn từ tối nay ăn cơm bố nấu.”

Tôi mừng rỡ, khấp khởi trong lòng vì hết trưa nay là có thể nói lời chia tay với *cơm hàng cháo chợ* đậm chất Nhật Bản rồi, háo hức mong chờ bữa cơm tối ấm áp do chồng làm đầu bếp.

“Tối nay bố nấu món xào chua ngọt nhé, mẹ vẫn chưa hình dung được hương vị của nó thế nào mà mợ Thắm cứ mãi xuýt xoa trầm trồ, khen ngợi muốn gãy lưỡi.”

“Được rồi” chồng tôi đồng ý khiến tôi mừng thầm trong lòng.

Cả nhà xuống xe, anh đi bộ vào quán trước để đặt chỗ, tôi dắt con đi theo sau.

Tôi mới bước đi được vài bước, còn chưa vào tới cửa đã thấy anh bước ra vẻ mặt đầy ái ngại, “Quán đông lắm, hai hàng dài đang đứng đợi, chắc chờ cả tiếng nữa vẫn chưa đến lượt. Mình mua đồ về nấu ăn ở nhà thôi."

Lòng tôi có chút hụt hẫng vì lúc này cũng đã 12 rưỡi rồi, giờ về mới nấu cơm, nhanh cũng phải một tiếng nữa mới ăn, không biết cơn đói có chịu tha cho con bé không? Những lúc nhỡ bữa như vậy tôi thấy ăn ngoài thật tiện lợi, mà trong tình huống quán đang quá tải thế này thì về nhà nấu ăn là lựa chọn tối ưu nhất rồi.

Chúng tôi ghé siêu thị Taiyo, chồng tôi nhanh chóng chọn cá hồi, nấm, rau cải. Trên đường về, tôi vẫn còn lo lắng, liệu có kịp chuẩn bị bữa trưa trước khi con bé đói meo không.

Về đến nhà cùng tôi bạn sẽ thấy chồng tôi thoăn thoắt xắn tay áo vào bếp nấu nướng, trong khi tôi vệ sinh cá nhân cho con bé. Anh áp chảo cá hồi với tiêu xay, phi hành xào nấm thơm lừng, nấu canh rau cải gừng nóng hổi.

Tạch tạch tạch tạch. Ngọn lửa bếp ga bùng lên xanh ngắt. Tiếng nước chảy ro ro. Tiếp đến là tiếng xèo xèo trong chảo, tiếng đập dập gừng và hành khô bộp bộp trên thớt, mùi hành phi thơm nức mũi, mùi hương nồng ấm cay cay của gừng bay khắp gian bếp nhỏ.

Chưa đầy một tiếng sau, mâm cơm nóng hổi đã nhanh chóng được dọn ra. Con bé bụng đói cồn cào nên tự ngồi xúc ăn ngon lành. Gắp miếng cá hồi mềm tan, miếng nấm dai dai ngọt ngọt, húp một ngụm canh ấm bụng, tôi chợt thấy lòng mình ấm áp lạ thường.

Hôm ấy, tôi nhận ra một điều thật giản dị nhưng vô cùng quan trọng: cơm nhà luôn là chân ái, là tình yêu đích thực. Cơm bố nấu là ngon nhất! Không phải vì nguyên liệu đắt tiền hay công thức cầu kỳ, mà vì trong mỗi món ăn đều chứa đựng tình yêu thương, sự quan tâm của chồng tôi dành cho gia đình. Đúng như những gì anh viết trong email khi xưa: "Anh không phải mẫu đàn ông lý tưởng về ngoại hình, nhưng cũng không quá khó coi. Anh là mẫu người đàn ông chung tình, cũng muốn chia sẻ công việc gia đình cùng vợ mình! Đó không phải là cầu toàn, mà anh muốn có một gia đình bình đẳng, mà mỗi nhân tố là một mắt xích không thể thay thế!"

Quả thật bữa cơm gia đình không chỉ là để no bụng, mà còn là để nuôi dưỡng tâm hồn, gắn kết tình cảm giữa các thành viên. Sau những ngày bôn ba, mệt mỏi, tôi thấy rằng: "Cơm nhà là ngon nhất!" – bởi vì đó là hương vị của yêu thương, là hơi ấm của gia đình, là bến đỗ bình yên nhất trong cuộc đời mỗi người.

Tiếng Nhật giỏi quá!

Thứ năm ngày 04 tháng một năm 2024. Ngôi nhà nhỏ bé gần ga Kanaya bình yên nép mình bên sườn đồi, hôm nay mọi thứ nhộn nhịp hơn mấy ngày trước vì dòng người bắt đầu trở lại guồng quay công việc sau kỳ nghỉ lễ dài. Những ngày bình thường như này tôi chỉ mong mọi thứ trôi qua trong yên lành, con ăn ngoan ngủ ngon vì tôi có một nỗi sợ rất thầm kín: Tiếng Nhật. Mặc dù trước đó đã ở Nhật 2 năm, nhưng tiếng Nhật đối với tôi vẫn là một bức tường thành cao ngất.

Chồng tôi đã đi làm từ sáng sớm. Hai mẹ con ôm nhau ngủ đến 9h sáng mới dậy, ăn uống xong lại ngủ một mạch đến 2 rưỡi chiều. Đang mơ màng tôi chợt nghe thấy có tiếng chuông gọi cửa mấy hồi liên tiếp. Tiếng chuông cửa vang lên liên hồi, phá tan giấc mộng.

Tôi choàng tỉnh, lật đật nhổm người dậy, vừa đứng lên, định bước ra khỏi giường thì con bé cũng tỉnh giấc và đòi đi theo ra ngoài.

Tôi bế con ra mở cửa và thấy đứng ở ngoài cửa là một ông cảnh sát với khuôn mặt hiền hậu, trạc tuổi bố tôi. Ông để tay lên trán, giơ tay chào theo hiệu lệnh và giới thiệu mình ở đồn cảnh sát gần ga Kanaya.

Tự nhiên tôi thấy run run, tim đập thình thịch vì tiếng Nhật rất kém. Tôi không biết phải nói thế nào khi bị hỏi đột xuất về bất kỳ điều gì. Mỗi khi có ai hỏi tiếng Nhật, mặt tôi ngắn tũn như miếng bánh đa ngấm nước, hai tai đỏ bừng rồi toát mồ hôi hột để khoa chân múa tay diễn tả điều gì đó. Đôi khi tôi hiểu được ý người ta hỏi, biết mình phải trả lời như thế nào nhưng lại không biết diễn đạt câu trả lời của mình và câu chuyện dẫn đến ngõ cụt sau một hai câu nói. Từ trước tới giờ tôi toàn xài ngôn ngữ cơ thể, còn khi cần nói tôi đều phải nhờ thông dịch viên là Google Dịch. Nói chung giao tiếp bằng tiếng Nhật giống như một bóng đen ám ảnh tôi, nó khiến tôi sợ hãi.

"こんにちは (konnichiwa – xin chào)," ông nói, giọng ấm áp.

"こんにちは... (konnichiwa...)," tôi lắp bắp đáp lại, cố gắng giữ bình tĩnh.

Ông xin phép được dán chèn một miếng dán nhỏ lên cánh cửa, khu vực dễ nhìn thấy. Trên miếng dán nền trắng đó có hình ngôi sao vàng tươi kèm theo số điện thoại thường trực màu đen, nhìn rất nổi bật.

Sau khi cẩn thận dán xong, ông mở cuốn sổ ghi chú nhỏ ra, từ từ lật đến trang ghi tên những người đăng ký cư trú tại ngôi nhà này.

"外国人 (gaikokujin – người nước ngoài)..." ông lặp lại, nhìn tôi dò hỏi. "この家に (kono ie ni – trong nhà này)..."

Tôi hiểu, nhưng cổ họng nghẹn lại. Phải diễn tả thế nào đây? Tôi chỉ tay vào tên từng người trong sổ, cố gắng dùng những từ đơn giản nhất để diễn tả.

"Phạm さん 別の街 (betsuno machi – thành phố khác) ... 妻 (tsuma – vợ) ... 一緒に (isshoni – cùng nhau)," tôi nói, thở phào khi thấy ông gật gù hiểu ý.

"Nguyễn さん ベトナム (Betonamu – Việt Nam)... 家族 (kazoku – gia đình) ... 休暇 (kyūka – kỳ nghỉ)," tôi tiếp tục, cố gắng nhớ lại những từ khoá ít ỏi đơn giản mình biết.

Sau khi xong xuôi thông tin về những người có tên trong sổ, ông hỏi tên tôi và xin xem thẻ ngoại kiều của tôi và hộ chiếu của con bé. Nghe được hai từ "passport" và "card" phiên âm theo kiểu Nhật, tôi vội vàng vào nhà lấy đưa cho ông.

Ông cầm lấy, nắn nót cẩn thận ghi lại tên và ngày tháng năm sinh của hai mẹ con vào cuốn sổ tay, sau đó kiểm tra xác nhận lại từng chữ, từng số rồi đưa trả lại giấy tờ cho tôi cùng lời cảm ơn vì tôi đã hỗ trợ.

“困ったことがあれば (komatta koto ga areba – nếu có việc gì khó khăn)...” ông chỉ tay lên miếng dán, “ここに電話してください (koko ni denwa shite kudasai – hãy gọi vào số này).”

Rồi ông mỉm cười, nói một câu khiến mặt tôi nóng bừng, hai tai muốn cháy bỏng: “日本語上手ですね (nihongo jouzu desu ne – bạn nói tiếng Nhật giỏi thật đấy!).”

Trời ơi, tôi chỉ nói được vài câu chào hỏi vỡ lòng thôi mà!

Tôi thấy rằng, dù tiếng Nhật của mình còn kém cỏi, sự chân thành và nỗ lực giao tiếp mới là điều quan trọng nhất. Ông cảnh sát có lẽ đã nhận ra sự cố gắng của tôi, và lời khen của ông là một món quà đầy động lực dành tặng cho sự chân thành ấy. Đừng ngại giao tiếp, dù cho ngôn ngữ có thể là một rào cản. Hãy sử dụng mọi công cụ bạn có, kể cả ngôn ngữ cơ thể và sự trợ giúp của công nghệ. Quan trọng nhất là bạn dám nói!

Hẹn gặp lại

Đầu năm xưởng có nhiều việc nên hôm nào chồng tôi cũng đi làm ca 6h sáng đến 6h tối, như ngày đầu tiên đi làm 6 rưỡi tối anh mới từ xưởng về.

Thứ bảy ngày 06 tháng một năm 2024 chồng tôi ban ngày vẫn đi làm, anh dự định tối hôm đó nếu được về sớm sẽ lái xe đưa hai mẹ con đi đến nhà bạn ở tỉnh Aichi, gần sân bay Nagoya để sáng chủ nhật đỡ phải dậy sớm và đi xa.

Hành lý đã được xếp sắp xong xuôi, dán bọc kỹ càng, chỉ chờ lên máy bay.

3h chiều anh vẫn nhắn tin nói tôi ở nhà nấu nướng cho con bé ăn sớm, chuẩn bị sẵn sàng mọi thứ chờ anh về tắm rửa ăn nhẹ xong rồi đi.

Tôi làm theo đúng lời chồng dặn, trong lòng cứ thấp thỏm, nhấp nhổm khi kim đồng hồ nhích dần từ số 5 đến con số 6, rồi số 7.

Hơn 7 rưỡi anh mới từ xưởng về, sắp đến giờ con bé đi ngủ. Bây giờ mà đi Aichi chắc 10h đêm mới tới nơi, đến đó lạ nhà chắc gì con bé đã ngủ được. Chồng tôi vừa mệt nhọc từ xưởng về, giờ này đáng lẽ phải được nghỉ ngơi mà giờ nghĩ đến việc anh phải lái xe thêm 3 tiếng đồng hồ nữa trong đêm đông tối tăm, thật sự tôi cảm thấy không yên tâm lắm.

Hơn thế nữa đằng nào ngày mai cũng phải dậy sớm ra sân bay. Đi hay ở lại thì cũng phải chuyển xe hai lần, vậy nên anh quyết định tối nay sẽ ngủ ở nhà, hai mẹ con tôi con vừa được đi ngủ sớm vừa cảm thấy thoải mái, ấm áp vì không phải đi bộ ra xe và đi bộ từ xe vào trong nhà.

Anh đem hành lý sẵn ra xe, ngày mai chỉ cần bế con ra là có thể đi được.

Cả đêm tôi ngủ trằn trọc, thỉnh thoảng lại quay sang con xem có bị toát mồ hôi không, nếu có tôi lau mồ hôi cho nó. 4h tôi cho con ti, 4 rưỡi chuông báo, tôi dậy đi vệ sinh, định ra ăn cơm mà con bé tỉnh giấc và khóc nên không ăn được, chồng tôi thấy thế liền nói “lát nữa mẹ chịu khó ăn bánh mì ở trên xe vậy”.

Anh đem đồ đạc xách tay ra xe và khởi động sẵn máy điều hòa cho ấm.

15 phút sau, tôi trùm áo khoác và bế con ra ngoài xe, lúc đó ngoài trời rất lạnh, gió thổi hun hút, đi có một đoạn đường ngắn mà tôi cảm thấy thấy lạnh hết sống lưng. Ánh trăng bàng bạc tỏa xuống mặt đất, không gian vô cùng tĩnh lặng, những mái nhà lớp lớp ẩn hiện dưới ánh trăng và những ngọn đèn đường. Đường xá lặng ngắt, tất cả khoảng không chìm trong màn đêm tĩnh mịch, dường như mọi thứ đang chìm trong giấc ngủ say. Trời tang tảng sáng, vầng trăng khuyết và các ngôi sao trên bầu trời tỏa ánh sáng yếu ớt. Trên đường cao tốc thưa thớt người, anh lái xe với tốc độ hơn 100km/h.

Khoảng 6 rưỡi chúng tôi đến bãi đỗ xe G của sân bay quốc tế Chubu, ngoài trời gió thổi vù vù, con vẫn ngái ngủ, tôi quấn áo ấm cho bé kín mít như chiếc kén. Chồng tôi đẩy xe hành lý. Quãng đường từ bãi đỗ xe vào thang máy khoảng 200m mà sao tôi thấy xa thế, có lẽ bởi vì tôi đang mặc áo dày và tay phải bế con bé nên thấy khó chịu.

Lên tới sân bay, tôi vào nhà vệ sinh thay bỉm cho con, rồi cả nhà ra xếp hàng làm thủ tục check in. Chồng tôi bế con đến khi 2 mẹ con vào khu hải quan. Lúc này thì mới thực sự là mệt, bởi vì khi đó tôi phải bế con trên tay, lưng đeo ba lô nặng, tay xách thêm túi đồ ăn.

Ở quầy làm thủ tục tôi phải thả con xuống để cởi áo khoác và balo thì nó khóc ré lên, tôi thấy nóng hết cả mặt vì khi cần nó đứng yên nó lại khóc.

Tít tít tít.

Tiếng chiếc máy soi hành lý xách tay kêu và báo đỏ đèn liên hồi.

Nữ nhân viên Hải quan nói xin phép mở hành lý ra kiểm tra. Tôi thấy lo lắng quá, vì không hiểu lý do vì sao hành lý của mình lại bị giữ lại và bị mở ra kiểm tra như thế.

Chiếc ba lô được mở ra, đồ đạc ở trong lần lượt được phơi bày ra ngoài, bình nước rỗng ruột, và đây rồi, thủ phạm gây ra tiếng tít tít báo động kia chính là chai nước tắm có chứa tinh dầu tràm của con gái.

Cô nhân viên Hải quan giơ chai nước tắm lên, ra hiệu không được mang ra ngoài và sau cùng cô bỏ chai nước vào sọt rác. Thật là tội nghiệp cho túi tiền của tôi vì chai đó mới mua, con bé mới dùng được hai lần. Tôi tiếc ngẩn ngơ nhưng biết làm sao được. Đáng lẽ tôi nên để nó trong hành lý ký gửi thì đâu đến nỗi này. Đúng là, không cái dại nào giống cái dại nào.

Qua khu vực hải quan xong xuôi con bé muốn đi bộ mà tôi lại đang xách đồ nặng nên nó cứ quấy và không chịu để mẹ bế.

Tôi đã quá mỏi mệt với hai cánh tay căng cứng được đúc trong chiếc áo khoác và áo len dày rồi nên tôi thả nó xuống, cho nó thoải mái chạy nhảy. Khỏi phải nói con bé vui sướng như thế nào, nó tung tăng, hớn hở, vừa đi vừa ngoái lại nhìn mẹ.

Đi bộ miết cũng đến cửa số 15. Tôi để balo túi xách phịch xuống ghế và cũng không có tâm trạng ăn uống gì cả.

8:45 máy bay bắt đầu mở cửa đón khách, tôi và con ngồi ghế 28A nên xếp hàng xuống máy bay sau. Tôi bế con qua chỗ soát vé rồi cho con chạy bộ, nó cứ chạy đi chạy lại làm tôi thấy mệt.

Cuối cùng thì cũng lên được máy bay, trên đó nóng toát mồ hôi hột. Ghế 28A gần cửa sổ nên tôi có cơ hội ngắm nhìn cảnh vật bên ngoài, tôi chỉ cho con, kia là máy bay kìa, đây là bầu trời, đám mây. Ban đầu con cũng hào hứng nhưng chỉ được một lát thôi, con ti ti và ngủ đến giờ ăn trưa.

Bữa trưa có gà nướng và khoai tây, con bé ăn bánh mì kèm bơ, ngô, súp lơ; ăn trưa xong con ngủ khì đến khi máy bay hạ cánh; tôi không ngủ được nên ngồi xem phim về vịt Duck Dodge, Nữ hoàng băng giá, Doremon và thế giới giữa bầu trời, một nửa bộ phim Lassie cuộc phiêu lưu mới.

Xuống máy bay cũng là một khoảng thời gian mệt mỏi. Tôi nhờ anh người Nhật ngồi bên cạnh lấy balo xuống rồi tay xách nách mang bế con xuống, may mắn khi xuống máy bay có bác gái ngồi phía sau giúp đỡ tôi và hai mẹ con chị khác nữa, chị này đang mang bầu gần sinh cùng đứa con giai bằng tuổi con tôi.

Xuống sân bay chị ấy giúp đi tìm xe đẩy, cho hành lý lên xe, tìm khu vực ưu tiên cho mấy mẹ con xếp hàng nhập cảnh, xuống tầng lấy hành lý, để mắt đến hai đứa trẻ con trong lúc mẹ đi vệ sinh.

Tôi cho con bé ngồi hẳn lên xe đẩy rồi đẩy đi. Nhìn thấy tôi khệ nệ đẩy hành lý thông quan một chị nhân viên hải quan ái ngại hỏi: "em vừa từ đâu về vậy?"

Nghe tôi nói vừa từ Nhật Bản về cùng với bộ dạng mệt nhọc, thất thểu đáng thương, chị ấy cho thông quan luôn.

Tôi tiếp tục đẩy xe ra ngoài khu vực chờ. Ngoài đó chật cứng người. Tôi cùng con đứng chờ xe ở gần cửa ra vào, mẹ tôi đi bộ vào bế con bé giúp, còn tôi đẩy hành lý ra khu chờ lúc 2 giờ 20 chiều.

Trên đường về con bé ngắm nhìn thành phố, đến khi về nhà nó sung sướng vì được bố tôi cho đi chơi ngoài nhà văn hoá chơi không muốn về, có lẽ là do tự nhiên được chơi thêm 2h nữa do lệch múi giờ, còn tôi thấy mệt.

Tại Nhật Bản đêm hôm đó trời bắt đầu trở rét đậm, chồng tôi bật hai đèn sưởi, chiếu sưởi ở mức cao nhất mà không xi nhê gì. "May mà hai mẹ con Pit-bun té kịp!"

Món quà tặng bạn

Cảm ơn bạn đã lựa chọn cuốn sách nhỏ này và đọc đến đây. Hành trình "Xa để thương, gần để yêu" vẫn còn rất dài và còn rất nhiều điều đang chờ đón bạn ở phía trước nên tôi mong rằng sẽ được kết nối sâu sắc với bạn để có thể được lắng nghe những ý kiến đóng góp, cảm nhận hoặc câu chuyện cá nhân riêng của bạn về địa chỉ email: tacgia@hienhapu.com

Tôi rất mong chờ được đọc những cảm nhận, đánh giá của bạn cũng như một review 5 sao cho cuốn sách này để giúp tôi có cảm hứng viết tiếp.

Chín bút: Hẹn gặp lại bạn trên hành trình "Xa để Thương, gần để Yêu" của chính bạn.

Yêu thương và biết ơn gửi đến bạn.

Mong tin tốt lành,

Hiền Hapu,

Nguyễn Thị Hiền.

Đôi nét về tác giả

Hiền Hapu

Nguyễn Thị Hiền

Là một người mẹ toàn thời gian yêu thương con da diết nhưng bị phản đối vì suy nghĩ "cám hấp" khi muốn đưa con 18 tháng tuổi đi cùng sang Nhật.

Sau đó cô đã thực hiện được điều tưởng chừng như bất khả thi đó và gia đình có khoảng thời gian đoàn tụ hạnh phúc, vui vẻ.

Hiền Hapu tin rằng: khi bạn đã quyết tâm làm điều tốt đẹp, hãy tin tưởng vào bản thân và cố gắng hết sức để biến nó thành sự thật.

Thông tin liên hệ

Website: www.hienhapu.com

Facebook: facebook.com/hiennt1701

Email: tacgia@hienhapu.com

www.ingramcontent.com/pod-product-compliance
Lightning Source LLC
LaVergne TN
LVHW082046051026
849532LV00011B/3502
9798232950699